| | |
|---|---|
| école - ilé-ìwé | 2 |
| voyage - ìrìn àjò | 5 |
| transport - ọkọ̀ | 8 |
| ville - ìlú | 10 |
| paysage - ẹlẹ́bùú | 14 |
| restaurant - ilé oúnjẹ | 17 |
| supermarché - ibi ìtajà | 20 |
| boissons - ohun mímu | 22 |
| aliments - oúnjẹ | 23 |
| ferme - oko | 27 |
| maison - ilé | 31 |
| salle de séjour - yàrá ìgbé | 33 |
| cuisine - ilé ìdáná | 35 |
| salle de bains - ilé ìwẹ̀ | 38 |
| chambre d'enfant - yàrá ọmọdé | 42 |
| vêtements - aṣọ | 44 |
| bureau - ọfisi | 49 |
| économie - ọrọ̀ ajé | 51 |
| professions - àwọn iṣẹ́ ààyò | 53 |
| outils - àwọn irinṣẹ́ | 56 |
| instruments de musique - àwọn irinṣẹ́ orin | 57 |
| zoo - ibi ẹranko | 59 |
| sports - àwọn eré ìdárayá | 62 |
| activités - àwọn iṣẹ́ | 63 |
| famille - ẹbí | 67 |
| corps - ara | 68 |
| hôpital - ilé ìwòsàn | 72 |
| urgence - pàjáwìrì | 76 |
| Terre - Ayé | 77 |
| heure - aago | 79 |
| semaine - ọ̀sẹ̀ | 80 |
| année - ọdún | 81 |
| formes - àwọn ìrísí | 83 |
| couleurs - àwọn àwọ̀ | 84 |
| opposés - òdì | 85 |
| nombres - nọ́mbà | 88 |
| langues - àwọn èdè | 90 |
| qui / quoi / comment - tani / kínni / báwo | 91 |
| où - níbo | 92 |

Impressum
Verlag: BABADADA GmbH, Nedderfeld 112 , 22529 Hamburg
Geschäftsführer / Verlagsleitung: Harald Hof
Druck: Books on Demand GmbH, In de Tarpen 42, 22848 Norderstedt

Imprint
Publisher: BABADADA GmbH, Nedderfeld 112 , 22529 Hamburg, Germany
Managing Director / Publishing direction: Harald Hof
Print: Books on Demand GmbH, In de Tarpen 42, 22848 Norderstedt

# école
# ilé-ìwé

- salle de classe — yàrá ìkàwé
- diviser — pínpín
- tableau — pẹpẹ
- cour d'école — yáàdì ilé-ìwé
- enseignant — olùkọ́
- papier — pépà
- écrire — kọ̀wé
- stylo — kálàmù
- bureau de travail — dẹsiki
- règle — rúlà
- livre — ìwé
- écolier — akẹ́kọ̀ọ́

sac d'écolier
ọ̀rá

trousse
àpò pẹnsuru

crayon
pẹnsuru

taille-crayon
olùgbẹ́ pẹnsuru

gomme à effacer
rọ́bà

bloc de papier à dessin
bọ́tìnní yíyàwòrán

dessin
yíyàròwán

pinceau
burọ́ṣì ọdà

boîte de peintures
àpótí ọdà

ciseaux
sísọsí

colle
gílù

cahier d'exercices
ìwé iṣẹ́

devoirs
iṣẹ́ àmúrelé

chiffre
nọ́mbà

additionner
àfikún

soustraire
àyọkúrò

multiplier
ìsọdipúpọ̀

calculer
ṣírò

lettre
lẹ́tà

alphabet
alábídí

mot
ọ̀rọ̀ síso

école - ilé-ìwé

texte
ọ̀rọ̀ kíkọ

lire
kàwé

craie
ṣọ́ọ̀kì

leçon
ìkẹ́kọ̀ọ́

le cahier de notes
forúkọsílẹ̀

examen
ìdánwò

certificat
ìwé-ẹ̀rí

uniforme scolaire
aṣọ ilé-ìwé

éducation
ẹ̀kọ́

encyclopédie
ìwé ìmọ̀

université
yunifasiti

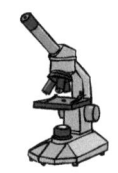

microscope
ẹ̀rọ gbohùngbohùn

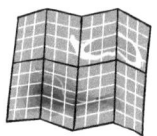

carte
àwòrán àgbáyé

corbeille à papier
agbọ̀n ìdalẹ̀nù

école - ilé-ìwé

# voyage
# ìrìn àjò

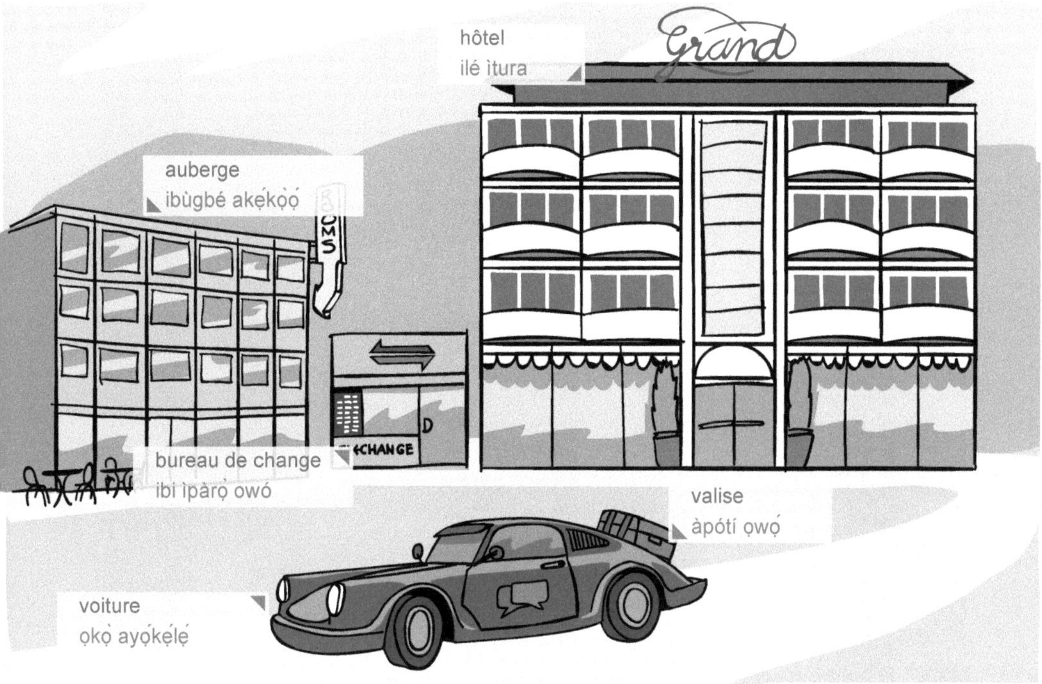

hôtel
ilé ìtura
Grand
auberge
ibùgbé akẹ́kọ̀ọ́
bureau de change
ibi ìpàrọ̀ owó
CHANGE
valise
àpótí ọwọ́
voiture
ọkọ̀ ayọ́kẹ́lẹ́

langue

èdè

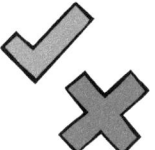

oui / non

bẹ́ẹ̀ni / bẹ́ẹ̀kọ́

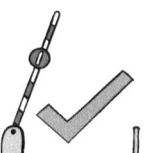

Okay

Ó dára

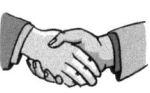

Allo!

ẹpẹ̀lẹ́

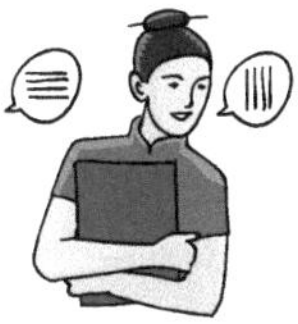

traducteur

olùtúmọ̀ èdè

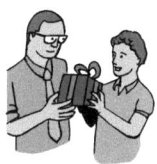

Merci

O ṣeun

| | | |
|---|---|---|
|  |  |  |
| Combien coûte...? <br> èló ni... ? | Je ne comprends pas <br> Kò yé mi | problème <br> ìṣòro |
|  |  |  |
| Bonsoir ! <br> Ẹ káalẹ́! | Bonjour ! <br> Ẹ kaarọ! | Bonne nuit ! <br> Ẹ káalẹ́! |
|  |  |  |
| bye bye <br> ódigbà | direction <br> ìtọ́ni | bagages <br> ẹrù-ẹni |
|  |  |  |
| sac <br> báàgì | sac à dos <br> àpò ẹ̀yin | invité <br> àlejò |
|  |  |  |
| pièce <br> yàrá | sac de couchage <br> báàgì ibùsùn | tente <br> àgọ́ |

voyage - ìrìn àjò

bureau d'information touristique
àlàyé arìnrin àjò

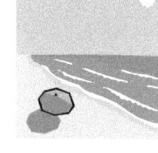
plage
òkun

carte de crédit
káàdì arọ́pọ̀ owó

déjeuner
oúnjẹ àárọ̀

dîner
oúnjẹ ọ̀sán

souper
oúnjẹ alẹ́

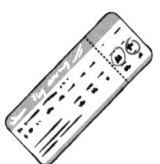
billet
tikẹ́tì

ascenceur
igbésókè

timbre
èdìdì

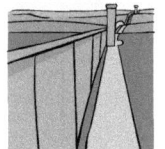
frontière
àlà

douane
àwọn àṣà

ambassade
ibi iwé ìrìnà

visa
fisa

passeport
ìwé ìrìnà

voyage - ìrìn àjò

# transport
## ọkọ̀

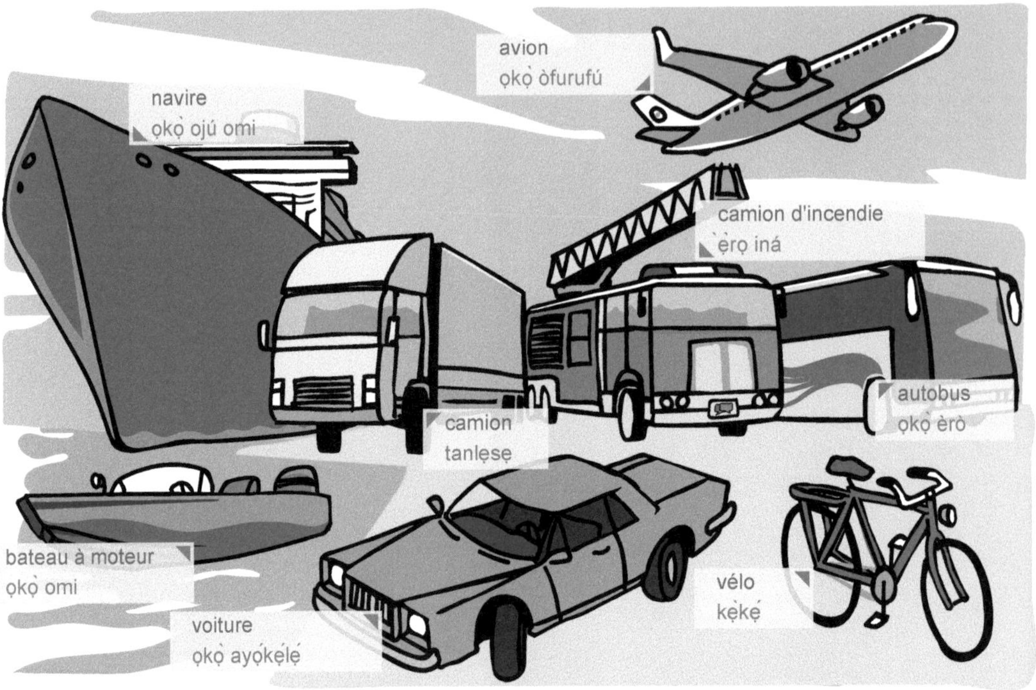

avion
ọkọ̀ òfurufú

navire
ọkọ̀ ojú omi

camion d'incendie
ẹrọ iná

autobus
ọkọ̀ èrò

camion
tanlẹsẹ

bateau à moteur
ọkọ̀ omi

voiture
ọkọ̀ ayọ́kẹ́lẹ́

vélo
kẹkẹ́

traversier

ọpán

bateau

ọpọ́n ojú omi

motocyclette

atapùpù

voiture de police

ọkọ̀ ọlọ́pàá

voiture de course

ọkọ̀ ìsáré

voiture de location

ọkọ̀ yíyá

transport - ọkọ̀

autopartage

àpínlò ọkọ̀

dépanneuse

igbọkọ̀

camion à ordures

ọkọ̀ dída ilẹ̀ nù

moteur

manto

carburant

epo

station-service

ilé epo

panneau de signalisation

àmì iwakọ̀

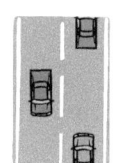

circulation

iwakọ̀

embouteillage

súnkẹrẹ

parc de stationnement

ibi igbọkọ̀sí

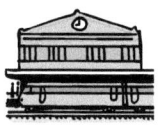

gare

ibùdókọ̀ ojú irin

voies ferrées

àwọn ọ̀pópó

train

ọkọ̀ ojú irin

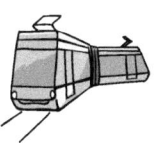

tramway

ọkọ̀ ori ilẹ̀

wagon

ẹrù

transport - ọkọ̀

hélicoptère
ẹlikọputa

aéroport
ibùdókọ̀ òfurufú

tour
òpó

passager
èrò

conteneur
ibi ìpamọ́

boîte en carton
katun

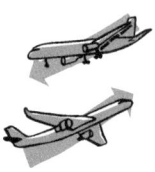

chariot
apẹ̀rẹ̀

panier
agbọ̀n

décoller / atterrir
gbéra / balẹ̀

## ville
## ìlú

village
abúlé

centre-ville
ààrín ìlú

maison
ilé

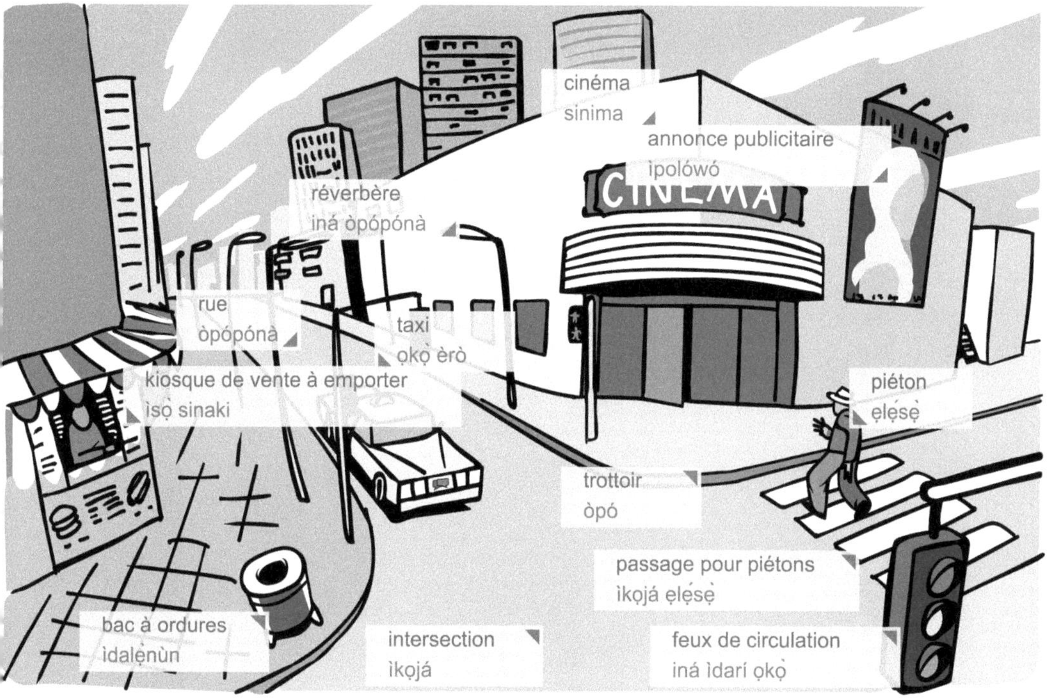

cinéma
sinima

annonce publicitaire
ìpolówó

réverbère
iná òpópónà

rue
òpópónà

taxi
ọkọ̀ èrò

kiosque de vente à emporter
ìsọ́ sinaki

piéton
ẹlẹ́sẹ̀

trottoir
òpó

passage pour piétons
ìkọjá ẹlẹ́sẹ̀

bac à ordures
ìdalẹ̀nùn

intersection
ìkọjá

feux de circulation
iná ìdarí ọkọ̀

cabane
abà

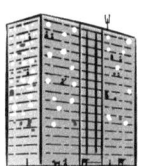

appartement
filati

gare
ibùdókọ̀ ojú irin

hôtel de ville
ojúde

musée
musiọmu

école
ilé-ìwé

ville - ìlú

université
yunifasiti

banque
ilé ìfowópamọ́

hôpital
ilé ìwòsàn

hôtel
ilé ìtura

pharmacie
olùta ògùn

bureau
ọfisi

librairie
ìsọ̀ ìwé

magasin
ìsọ̀

fleuriste
òdòdó

supermarché
ibi ìtajà

marché
ọjà

grand magasin
ibi ẹka iṣẹ́

poissonnerie
ibi ẹja

centre commercial
ibi ìrajà

port
bèbè omi

ville - ìlú

parc

ibi igbafẹ́

banc

àga

pont

afárá

escaliers

àgàsọ̀

métro

abẹ́ ilẹ̀

tunnel

ihò ilẹ̀

arrêt d'autobus

ibùdókọ̀

bar

ilé ọtí

restaurant

ilé oúnjẹ

boîte à lettres

àpótí ìfiwéránṣẹ́

plaque de rue

àmì òpópónà

parcomètre

mita ìgbọ́kọ̀sí

zoo

ibi ẹranko

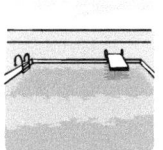

bains publics

ibi ìwẹ̀

mosquée

mọ́sálásí

ville - ìlú

ferme
oko

pollution
idọ̀tí

cimetière
ibi ìsìnkú

église
ilé ìjọsìn

aire de jeux
ibi ìṣeré

temple
tẹmpili

## paysage
## ẹlẹ́bùú

- feuille — ewé
- panneau indicateur — ajúwe
- chemin — ọ̀nà
- pré — ilẹ̀ koríko
- pierre — òkúta
- arbre — igi
- randonneur — olùrìn
- rivière — odò
- herbe — kóríko
- fleur — òdòdó

paysage - ẹlẹ́bùú

vallée
kòtò

colline
òkè

lac
adágún omi

forêt
aginjù

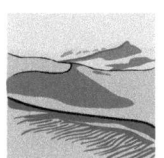
désert
aṣálẹ̀

volcan
ilẹ̀ riru

château
ibùgbé

arc-en-ciel
òṣùmàrè

champignon
esun

palmier
ọpe

moustique
ẹ̀fọn

mouche
eṣinṣin

fourmi
kòkòrò

abeille
oyin

araignée
alantakun

paysage - ẹlẹ́bùú

scarabée

làbọnlàbọn

grenouille

ọpọlọ

écureuil

ọkẹrẹ ńlá

hérisson

sẹsẹ

lièvre

òkẹrẹ

chouette

òwìwí

oiseau

ẹyẹ

cygne

pẹ́pẹ́yẹ ńlá

sanglier

ẹlẹ́dẹ́ igbó

cerf

àgbọnrín

orignal

àgbọnrín ńlá

barrage

adágún

éolienne

ọpá afẹ́fẹ́

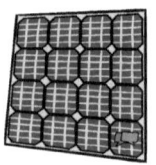

panneau solaire

panẹ́ẹ̀lì òrùn

climat

ojú-ọjọ́

paysage - ẹlẹ́bùú

# restaurant
## ilé oúnję

serveur
agbóunję

menu
àkọsílẹ̀ oúnjẹ

chaise
àga

soupe
ọbẹ

pizza
pisa

coutellerie
ọbẹ

nappe
aṣọ tábìlì

hors-d'œuvre
ìpanu

plat principal
oúnjẹ gangan

dessert
ìpanu lẹ́yin oúnjẹ

boissons
ohun mímu

aliments
oúnjẹ

bouteille
ìgò

restaurant - ilé oúnjẹ

restauration rapide

oúnjẹ kíá

cuisine de rue

oúnjẹ òpópónà

théière

abọ́ tii

sucrier

abọ́ ṣúgà

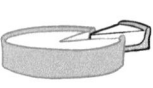

part

ìpín

machine à expresso

ẹ̀rọ ẹsipirẹso

chaise haute d'enfant

àga gíga

facture

ináwó oṣoṣù

plateau

tire

couteau

ọbẹ

fourchette

fọ́ọ̀kì

cuillère

ṣíbí

cuillère à thé

ṣíbí tii

serviette

pépà ìnuwọ́

verre

gilasi

restaurant - ilé oúnjẹ

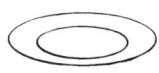  

| assiette | assiette creuse | soucoupe |
|---|---|---|
| abọ́ | abọ́ ọbẹ̀ | pẹlẹbẹ |

 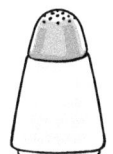 

| sauce | salière | moulin à poivre |
|---|---|---|
| ọbẹ̀ | kòkò iyọ̀ | ilọta |

 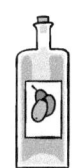  

| vinaigre | huile | épices |
|---|---|---|
| fẹniga | òróró | èròjà |

| ketchup | moutarde | mayonnaise |
|---|---|---|
| kẹsọpu | mọsitadi | mayonesi |

restaurant - ilé oúnjẹ

# supermarché
## ibi ìtajà

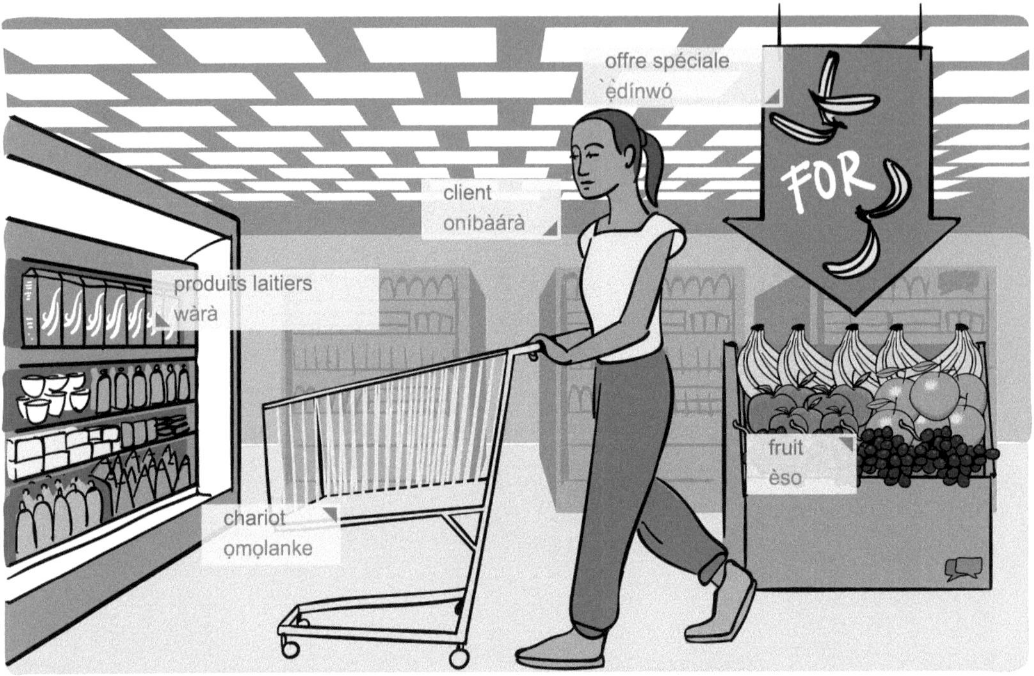

offre spéciale
ẹ̀dínwó
client
oníbàárà
FOR
produits laitiers
wàrà
fruit
èso
chariot
ọmọlanke

BUTCHERS
boucherie

alápatà

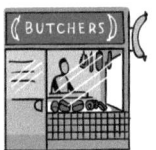

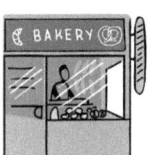

BAKERY
boulangerie

beka

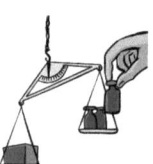

peser

wọ̀n

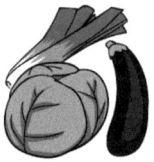

légumes

ewébẹ̀

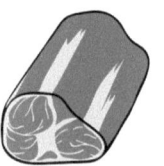

viande

ẹran

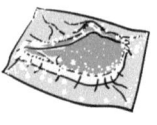

aliments congelés

oúnjẹ dídì

viandes froides
ẹran tútù

conserves
oúnjẹ agolo

détergent à lessive en poudre
ọsẹ ifọsọ

sucreries
àdíndùn

produits d'entretien ménager
àgbéjáde ẹbí

produits d'entretien
ohun itọ́jú

vendeuse
olùtajà

caisse
tili

caissier
akawó

liste de provisions
àkójọ ìrajà

heures d'ouverture
wákàtí ibẹ̀rẹ̀

portefeuille
ipamọ́

carte de crédit
káàdì arọ́pò owó

sac
báàgì

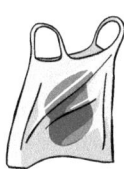
sac plastique
báàgì ọ̀rá

supermarché - ibi ìtajà

# boissons
## ohun mímu

eau
omi

jus
omi èso

lait
wàrá

cola
koki

vin
waini

bière
bia

alcool
ọtí líle

cacao
kòkó

thé
tii

café
kọfí

expresso
ẹsipirẹso

cappuccino
kapusino

boissons - ohun mímu

# aliments
## oúnję

banane
ògèdè

pomme
apu

orange
òsàn

melon d'eau
ègúsí

citron
òronbò

carotte
karọti

ail
galiki

bambou
ọparun

oignon
àlùbọ́sà

champignon
esun

noix
èpà

nouilles
nodu

spaghettis
sipajẹti

riz
irẹsì

salade
saladi

frites
ìpanu

pommes de terre sautées
ànàmọ́ díndín

pizza
pisa

hamburger
bọ́gà

sandwich
sanwiṣi

escalope
ẹran sísun

jambon
ẹsẹ̀ ẹlẹ́dẹ̀

salami
salami

saucisse
sọseji

poulet
ẹran ẹdiyẹ

rôti
sun

poisson
ẹja

aliments - oúnjẹ

gruau d'avoine
oti pọreji

muesli
musẹli

flocons de maïs
confulakisi

farine
iyẹfun

croissant
kirosanti

petit pain
rolu búrẹdi

pain
burẹdi

rôtie
dín

biscuits
bisikiti

beurre
bọtà

caillé
kọdu

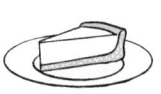

gâteau
keki

œuf
ẹyin

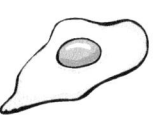

œuf miroir
ẹyin díndín

fromage
ṣiṣi

aliments - oúnjẹ

crème glacée

aisi kirimu

sucre

ṣúgà

miel

oyin

confiture

jamu

crème de nougat

àfira ṣokoleti

cari

kọri

aliments - oúnjẹ

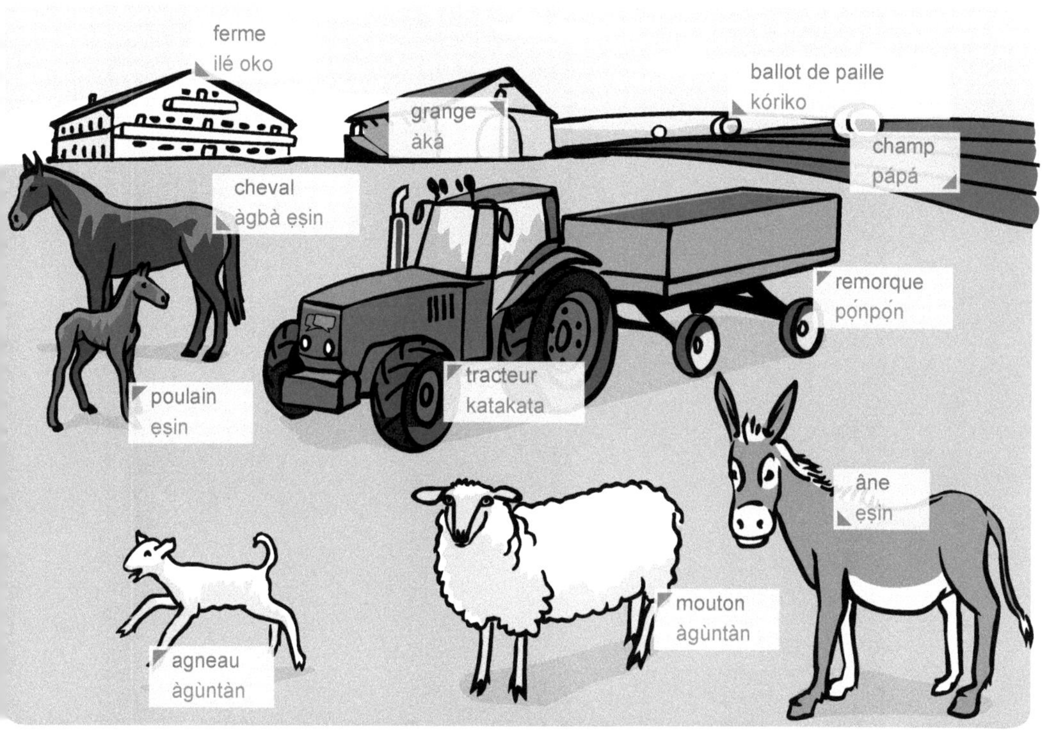

# ferme
## oko

ferme
ilé oko

grange
àká

ballot de paille
kóriko

champ
pápá

cheval
àgbà ẹṣin

remorque
pọ́npọ́n

poulain
ẹṣin

tracteur
katakata

âne
ẹṣin

mouton
àgùntàn

agneau
àgùntàn

chèvre

ewúrẹ

vache

máàlù

veau

ọdọ́ àgùntàn

porc

ẹlẹdẹ

porcelet

ọmọ ẹlẹdẹ

taureau

àgbò

oie
ọmọ pẹ́pẹ́yẹ

canard
pẹ́pẹ́yẹ

poussin
ọmọ adìyẹ

poule
adìyẹ

coq
àkùkọ

rat
èkúté

chat
olóngbò

souris
eku

bœuf
kẹ́tẹ́kẹ́tẹ́

chien
ajá

niche
ilé ajá

tuyau d'arrosage
ọpá ọgbà

arrosoir
abọ́ omi

FALSE
scythe

charrue
ọkọ̀ irúgbìn

faucille

abẹ oko

binette

ọkọ́

fourche à foin

irinṣẹ́ kóriko

hache

àáké

brouette

wilibaro

auge

àgbá

pot à lait

abọ́ wàrà

grand sac

àpò

clôture

ògiri

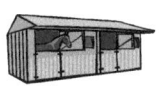

écurie

pẹpẹ oko

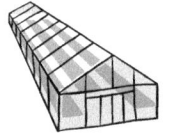

serre

ibi ìdáko

sol

ilẹ̀

graines

irúgbìn

engrais

ajílẹ̀

moissonneuse-batteuse

àkópọ̀ olùkórè

ferme - oko

récolter
ìkórè

récolte
ìkórè

igname
iṣu

blé
bàbà

soja
soya

pomme de terre
ànàmọ́

maïs
àgbàdo

graine de colza
irúgbìn rapu

arbre fruitier
igi èso

manioc
ẹ̀gẹ́

grains
jéró

ferme - oko

# maison
## ilé

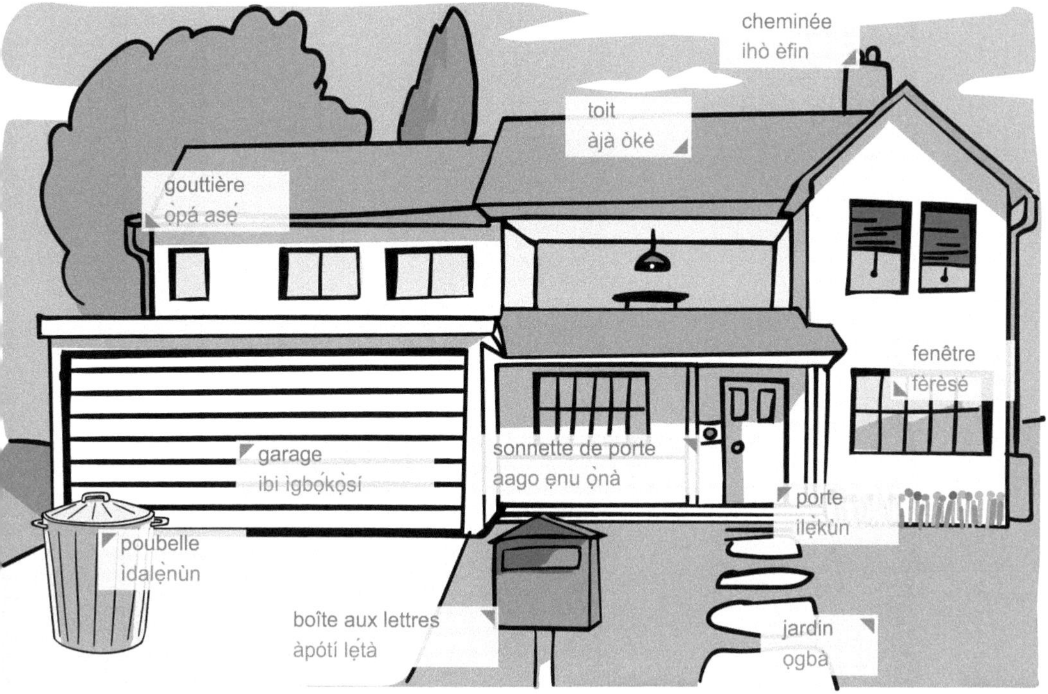

- cheminée — ihò èfin
- toit — àjà òkè
- gouttière — ọ̀pá asẹ́
- fenêtre — fèrèsé
- garage — ibi igbọ́kọ̀sí
- sonnette de porte — aago ẹnu ọ̀nà
- porte — ilẹ̀kùn
- poubelle — ìdalẹ̀nùn
- boîte aux lettres — àpótí lẹ́tà
- jardin — ọgbà

salle de séjour
yàrá ìgbé

salle de bains
ilé ìwẹ̀

cuisine
ilé ìdáná

chambre à coucher
yàrá ìbùsùn

chambre d'enfant
yàrá ọmọdé

salle à manger
yàrá ìjẹun

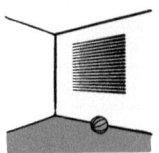

plancher
ilẹ̀

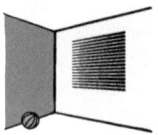

mur
ògiri ilé

plafond
àjà

cellier
sẹla

sauna
sauna

balcon
ọ̀dẹ̀dẹ̀

terrasse
ọnà

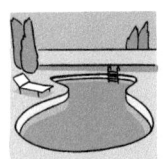

piscine
ibi ìwẹ̀

tondeuse à gazon
ẹ̀rọ ìgéko

drap
ojú-ewé

jeté de lit
aṣọ orí ibùsùn

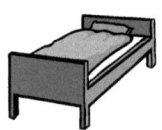

lit
ibùsùn

balai
ọwọ̀

seau
garawa

interrupteur
yipo

# salle de séjour
# yàrá ìgbé

- papier peint / pépà ògiri
- tableau / àwòrán
- lampe / iná
- étagère / ṣẹfu
- armoire / kobọdu
- foyer / ibi ìdáná
- télévision / àmóhùnmáwòrán
- fleur / òdòdó
- coussin / tìmùtìmù
- vase / fasi
- sofa / sọfa
- télécommande / ìdarí takété

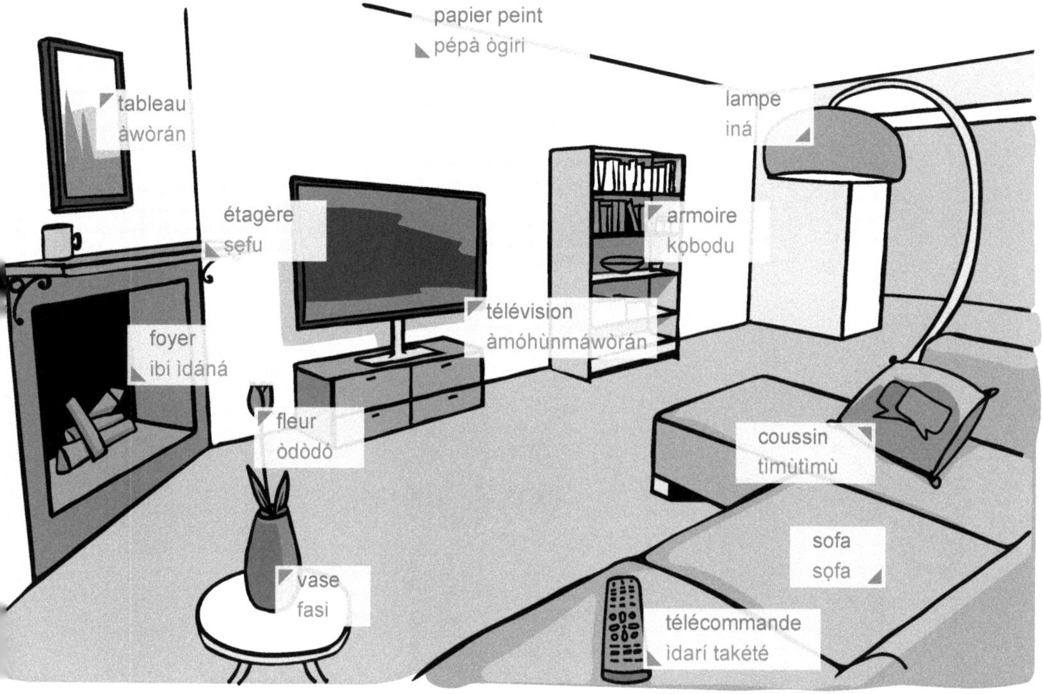

tapis
kapẹti

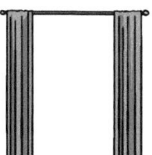

rideau
kọtini

table
tábìlì

chaise
àga

berceuse
àga amìtìtì

fauteuil
àga olọ́wọ́

salle de séjour - yàrá ìgbé

livre
iwé

couverte
aṣọ ibora

décoration
ọṣọ́

bois de chauffage
igi idáná

film
fiimù

chaîne hi-fi
irinṣẹ́ hi-fi

clé
kọ́kọ́rọ́

journal
iwé ìròyìn

peinture
kíkunlé

affiche
àlẹ̀mọ́

radio
redio

bloc-notes
ìkọ̀wé

aspirateur
ufa

cactus
kakitosi

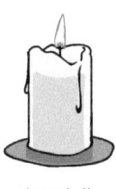

chandelle
àbẹ́là

salle de séjour - yàrá ìgbé

# cuisine
## ilé ìdáná

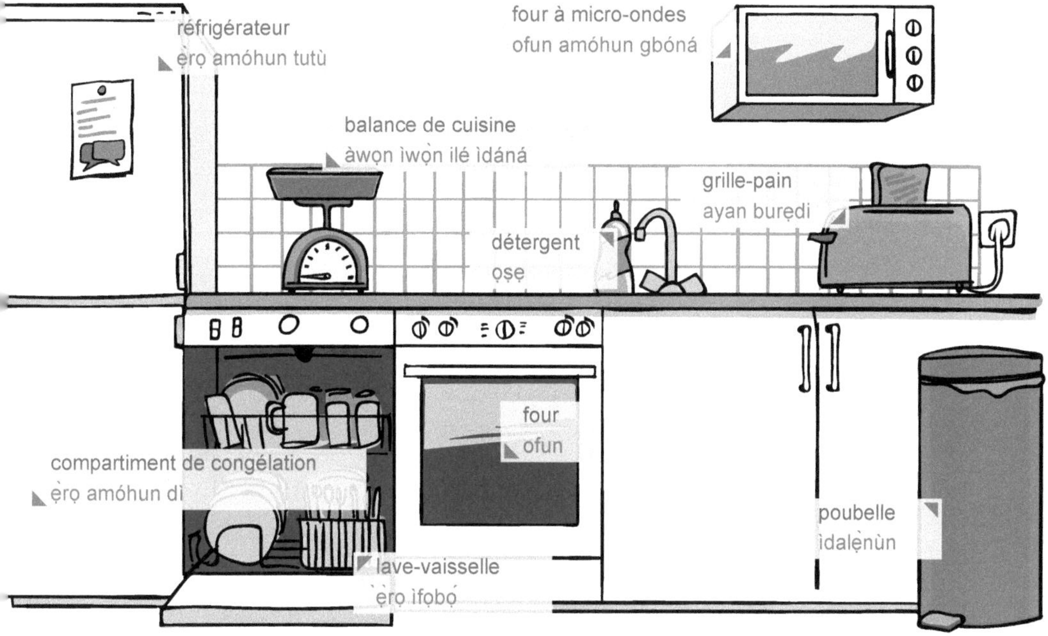

réfrigérateur
èrọ amóhun tutù

four à micro-ondes
ofun amóhun gbóná

balance de cuisine
àwọn ìwọ̀n ilé ìdáná

grille-pain
ayan burẹdi

détergent
ọṣẹ

compartiment de congélation
èrọ amóhun dì

four
ofun

poubelle
ìdalẹ̀nùn

lave-vaisselle
èrọ ìfọbọ́

cuisinière

idáná

marmite

ìsasun

cocotte en fonte

ìsasun irin

wok / kadai

wok / kadai

poêle

panu

bouilloire

kẹturu

cuiseur à vapeur
amoru

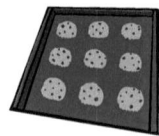

plaque à pâtisserie
pẹpẹ ìdáná

vaisselle
dídáná

grande tasse
ife gilasi

bol
àdému

baguettes
igi ijẹun

louche
ladu

spatule
ṣíbí kòtò

fouet
wisiki

passoire
sitirena

tamis
asẹ́

râpe
gireta

mortier
odó

barbecue
àsun

foyer
ibi ìdáná

cuisine - ilé ìdáná

planche à découper

peṇe gígé

rouleau à pâtisserie

igi ilọ̀

tire-bouchon

kokisukuru

boîte à conserves

agolo

ouvre-boîte

olùṣí agolo

mitaine de four

àdìmú iṣasun

évier

kòtò

brosse

buróṣi

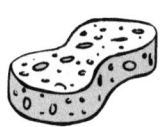

éponge

kaninkanin

mélangeur

èrọ ilọta

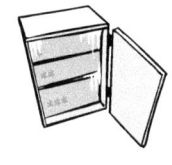

congélateur

èrọ amóhun dì oníkòtò

biberon

ohun ìjẹun ọmọdé

robinet

ẹnu èrọ omi

cuisine - ilé ìdáná

# salle de bains
## ilé ìwẹ̀

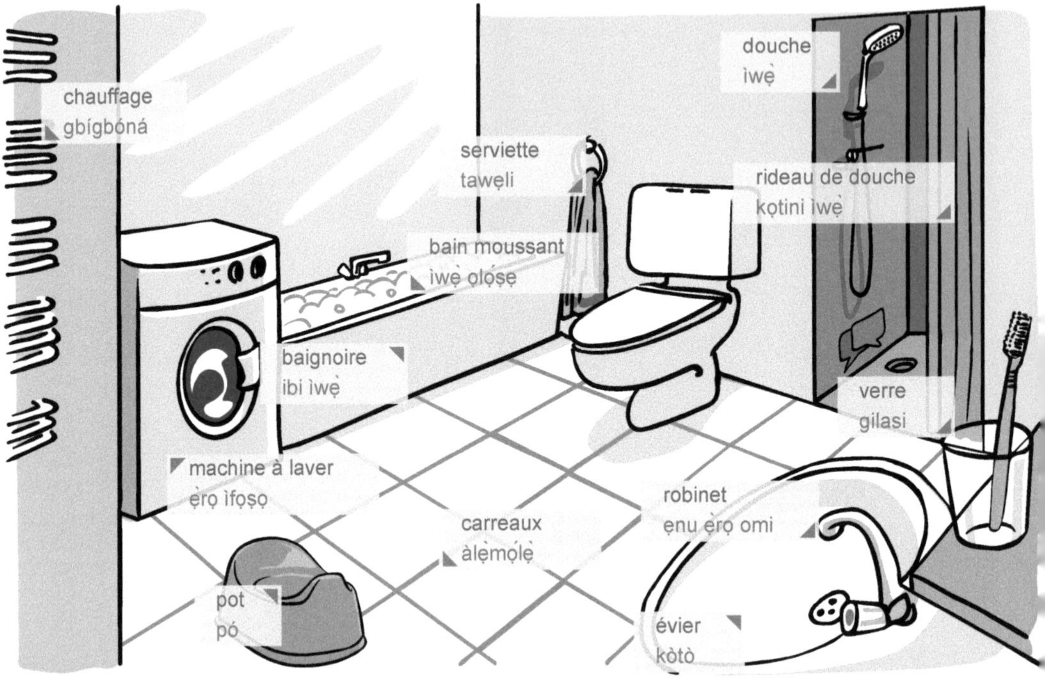

- chauffage / gbígbóná
- serviette / tawẹli
- bain moussant / iwẹ olóṣẹ
- baignoire / ibi ìwẹ̀
- machine à laver / ẹ̀rọ ifọṣọ
- pot / pó
- carreaux / àlẹ̀mọ́lẹ̀
- douche / ìwẹ̀
- rideau de douche / kọtini ìwẹ̀
- verre / gilasi
- robinet / ẹnu ẹ̀rọ omi
- évier / kòtò

toilette
ibi ìyàgbẹ́

toilette turque
ibi ṣálángá

bidet
bidẹti

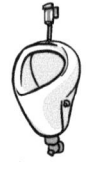

urinoir
títọ̀

papier hygiénique
pépa ibi ìyàgbẹ́

brosse à toilette
burọṣi ibi ìyàgbẹ́

brosse à dents

igi ifọnu

dentifrice

ọṣẹ ifọnu

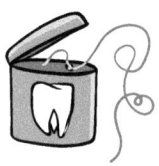

soie dentaire

filọsi eyin

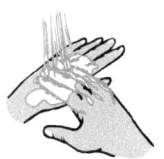

laver

fọṣọ

douchette

iwẹ olówó

douche vaginale

dọṣi

cuvette

basin

brosse pour le dos

burọṣi ẹyìn

savon

ọṣẹ

gel douche

gẹli iwẹ

shampoing

ọṣẹ irun

débarbouillette

filanẹni

drain

sẹ́

crème

ìpara

déodorant

olóòrùn dídún

salle de bains - ilé ìwẹ̀

miroir

dingi

miroir à main

dingi ọwọ́

rasoir

abẹ

mousse à raser

fomu ìfárungbọ̀n

après-rasage

léyìn ifarungbọ̀n

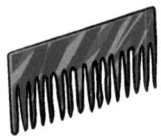

peigne

ìyarun

brosse

burọ́ṣì

sèche-cheveux

agbẹrun

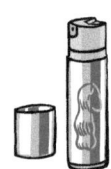

laque

ìparun

maquillage

ìmúra

rouge à lèvres

ìtọ́tè

vernis à ongles

faniṣi èkaná

ouate

òwú

ciseaux à ongles

sisọsi èkaná

parfum

pafumu

salle de bains - ilé ìwẹ̀

trousse de toilette

báàgì ìwẹ̀

tabouret

àga

pèse-personne

iwọ̀n

peignoir

okùn ìwẹ̀

gants de caoutchouc

ìbọ̀wọ́ róbà

tampon

tampun

serviette hygiénique

ìnuwọ́

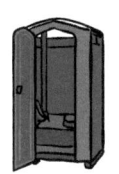

toilette chimique

ṣálángá kẹmika

# chambre d'enfant

# yàrá ọmọdé

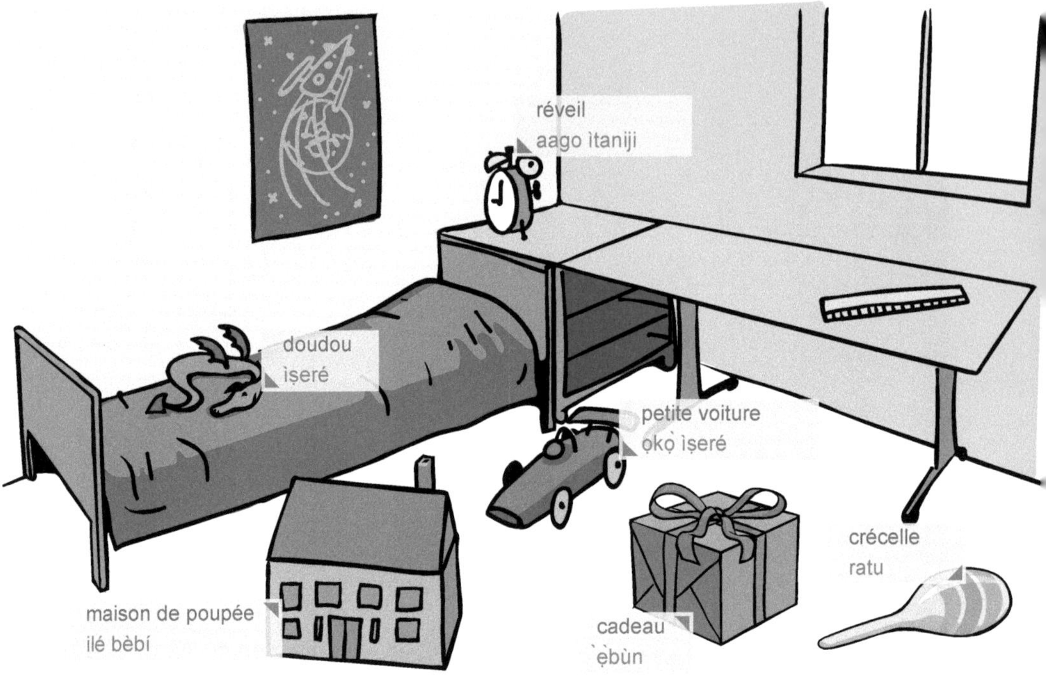

réveil
aago ìtaniji
doudou
ìṣeré
petite voiture
ọkọ̀ ìṣeré
crécelle
ratu
maison de poupée
ilé bèbí
cadeau
ẹ̀bùn

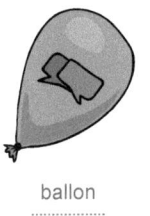

ballon

fèrè

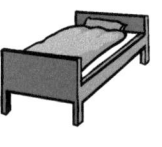

lit

ibùsùn

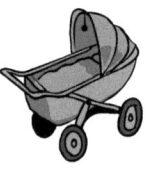

landau

ìgbọ́mọ

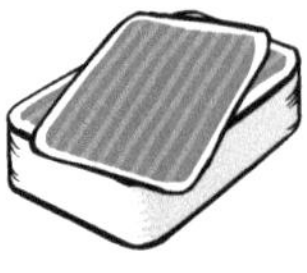

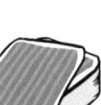

jeu de cartes

àpapọ̀ káàdì

casse-tête

ayùn

SUPER MEGA

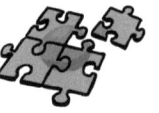

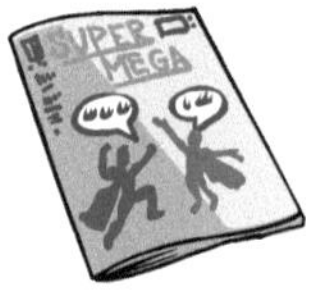

bande dessinée

àwàdà

blocs LEGO

àwọn biriki

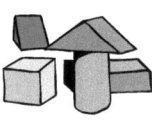

jeu de briques

ohun ìṣeré

figurine articulée

figọ iṣe

dormeuse

ìdàgbàsókè

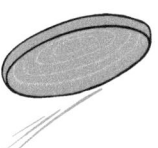

disque volant

firisibi

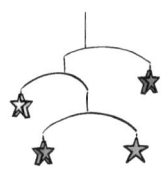

mobile

alágbèéká

jeu de société

eré pepẹ

dé

daisi

ensemble de modèles de train

àkópọ̀ ikọ́ni àwòṣe

mannequin

dọmi

fête

ayeye

livre d'images

ìwé àwòrán

balle

bọ́ọ̀lù

poupée

bèbí

jouer

ṣeré

chambre d'enfant - yàrá ọmọdé

bac à sable

kòtò yẹpẹ̀

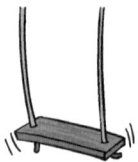

balançoire

jangilofa

jouets

àwọn ìṣeré

console de jeu vidéo

kọ́nsolu iṣeré fídíò

tricycle

ẹlẹ́sẹ̀ mẹ́ta

ours en peluche

bèbí ọmọdé

garde-robe

ibi ìkaṣọsi

## vêtements
## aṣọ

chaussettes

ṣọkisi

bas

sitọkin

collant

ṣòkòtò

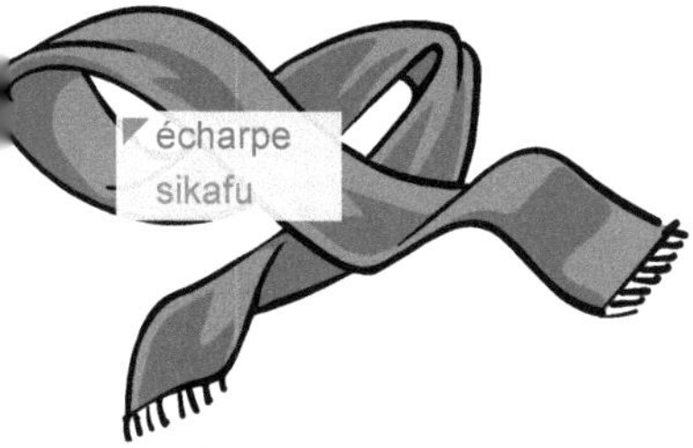

écharpe
sikafu

parapluie
agbòjò

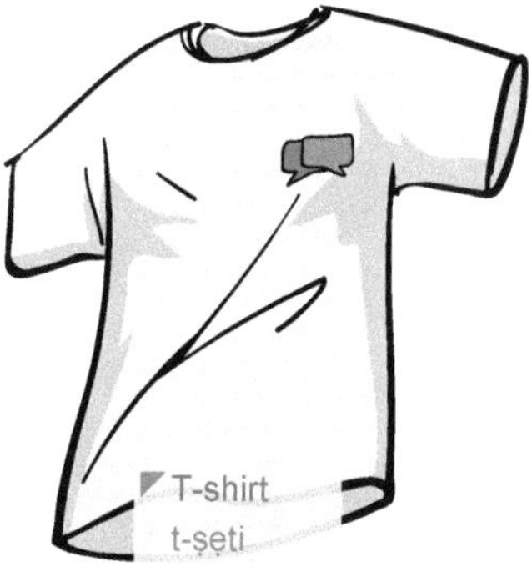

T-shirt
t-ṣeti

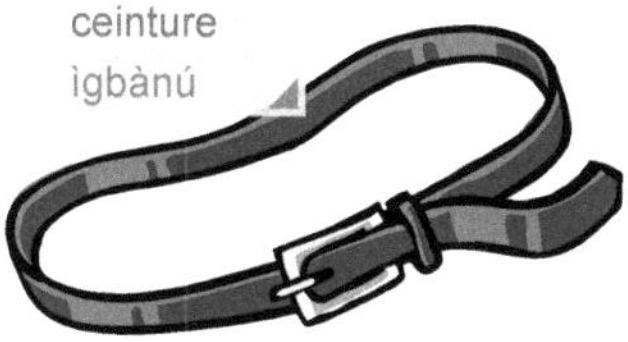

ceinture
ìgbànú

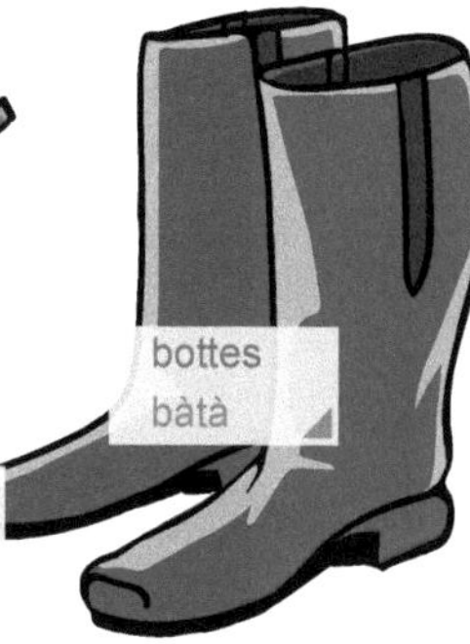

bottes
bàtà

pantoufles
salubata

chaussures de sport
àwọn olùkọni

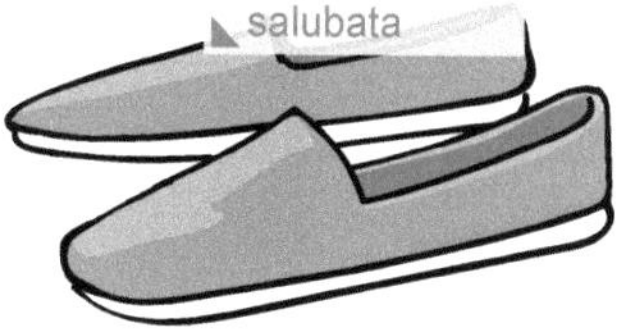

sandales

salubata

souliers

bàtà

bottes de caoutchouc

bàtà òjò

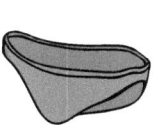

sous-vêtements

pátá

soutien-gorge

kọ́mú

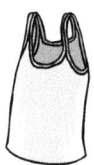

gilet

fẹsiti

vêtements - aṣọ

| body | pantalon | jean |
| --- | --- | --- |
| ara | sòkòtò | kakí |

| jupe | chemisier | chemise |
| --- | --- | --- |
| sikẹti | bulausi | ṣẹti |

| chandail | chandail à capuche | blazer |
| --- | --- | --- |
| dúró | ibòrí | aṣọ òkè |

| veste | manteau | manteau de pluie |
| --- | --- | --- |
| aṣọ otútù | kotu | aṣọ òjò |

| complet | robe | robe de mariée |
| --- | --- | --- |
| ìmúra | wọṣọ | aṣọ igbéyàwó |

tailleur

sutu

chemise de nuit

aṣo àwọ̀sùn

pyjama

pijama

sari

sari

foulard

gèlè

turban

tọbanu

burqa

bọka

cafetan

kafitani

abaya

abaya

maillot de bain

aṣo iwẹdò

maillot short

aṣo àwọ̀sókè

culotte courte

penpe

survêtement

kotu

tablier

aṣo ìdáná

mitaines

ibọ̀wọ́

vêtements - aṣọ

bouton

bọ́tinnì

lunettes

awò

bracelet

ẹgbà ọwọ́

collier

ẹgbà ọrùn

bague

òrùka

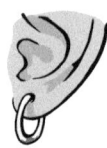

boucle d'oreille

gbígbọ́

tuque

filà

cintre

ikọ́ kotu

chapeau

àkẹtẹ̀

cravate

tai

fermeture à glissière

sipu

casque

koto

bretelles

biresi

uniforme scolaire

aṣọ ilé-ìwé

uniforme

yunifọmu

bavoir
bibu

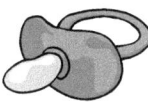
mannequin
dọmi

couche
ìlédìí

# bureau
# ọfisi

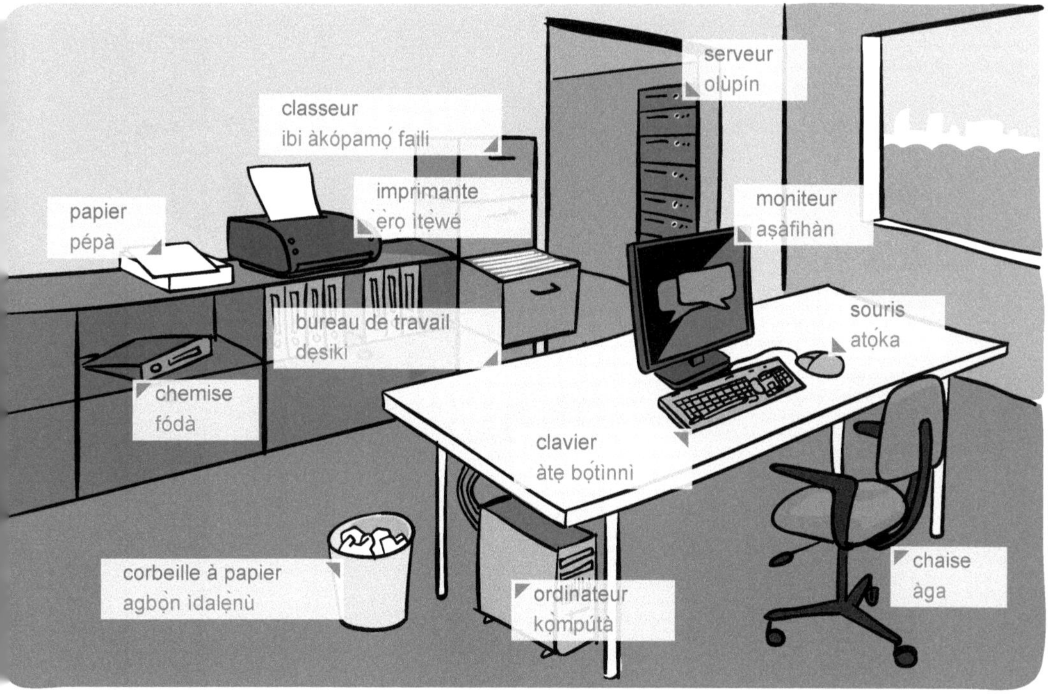

papier
pépà

classeur
ibi àkópamọ́ faili

imprimante
ẹ̀rọ itẹ̀wé

serveur
olùpín

moniteur
aṣàfihàn

bureau de travail
dẹsiki

souris
atọ́ka

chemise
fódà

clavier
àtẹ bọ́tinni

corbeille à papier
agbọ̀n ìdalẹ̀nù

ordinateur
kọ̀mpútà

chaise
àga

grande tasse à café
ife kọfí

calculatrice
ẹ̀rọ ìṣirò

Internet
ayélujára

ordinateur portable

kọ̀mpútà àgbélétan

lettre

lẹ́tà

message

ifiránṣẹ́

téléphone cellulaire

alágbèéká

réseau

nẹ́tíwọ̀kì

photocopieur

ẹ̀rọ ẹdà

logiciel

sọftwia

téléphone

ẹ̀rọ ibánisọ̀rọ̀

prise de courant

ihò iná

télécopieur

ẹ̀rọ fakisi

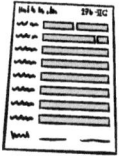

formulaire

fọ́ọ̀mù

document

iwé àkọsílẹ̀

bureau - ọfisi

# économie
## ọrọ̀ ajé

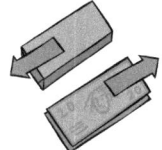
acheter
rà

payer
sanwó

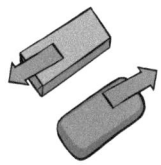
commercer
ṣòwò

argent
owó

dollar
dọla

euro
yuro

yen
yẹni

rouble
rọbu

franc suisse
Siwisi frans

renminbi yuan
renminbi yuan

roupie
rupi

distributeur de billets
ibi owó

bureau de change
ibi ìpàrọ̀ owó

or
wúrà

argent
fàdákà

pétrole
epo

énergie
agbára

prix
iye

contrat
àdéhùn

taxe
owó orí

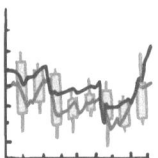
actions
ìpín ọjà

travailler
ṣiṣẹ́

employé
òṣìṣẹ́

employeur
agbani síṣẹ́

usine
ilé iṣẹ́

magasin
ìsọ̀

économie - ọrọ̀ ajé

# professions
## àwọn iṣẹ́ ààyò

- agent de police — ọ̀gá ọlọ́pàá
- pompier — panápaná
- cuisinier — adáná
- docteur — dókítà
- pilote — awakọ̀ òfurufú

jardinier

ológbà

charpentier

gbẹ́nàgbẹ́nà

couturier

aránṣọ

juge

adájọ́

pharmacien

olóògùn

acteur

òṣèré

professions - àwọn iṣẹ́ ààyò

chauffeur d'autobus
awakọ̀ èrò

chauffeur de taxi
awakọ̀ èrò

pêcheur
apẹja

femme de ménage
omidan agbálẹ̀

couvreur
kanlékanlé

serveur
agbóunjẹ

chasseur
ọdẹ

peintre
akunlé

boulanger
olùṣe iyẹ̀fun

électricien
aṣàtúnṣe iná

constructeur de bâtiments
akọ́lé

ingénieur
amojú ẹ̀rọ

boucher
alápatà

plombier
pulọmba

facteur
afiwé ránṣẹ́

54     professions - àwọn iṣẹ́ ààyò

soldat
jagunjagun

architecte
ayàwòrán ilé

caissier
akawó

fleuriste
olódòdó

coiffeur
aṣerun lóge

chef de train
adarí èrò

mécanicien
aṣàtúnṣe ọkọ̀

capitaine
adarí

dentiste
olùtọ́jú eyin

scientifique
onímọ̀ ijinlẹ̀

rabbin
olùkọ́ni

imam
imamu

moine
mọnki

ecclésiastique
òjíṣẹ́ Olọ́run

professions - àwọn iṣẹ́ ààyò

# outils
## àwọn irinṣẹ́

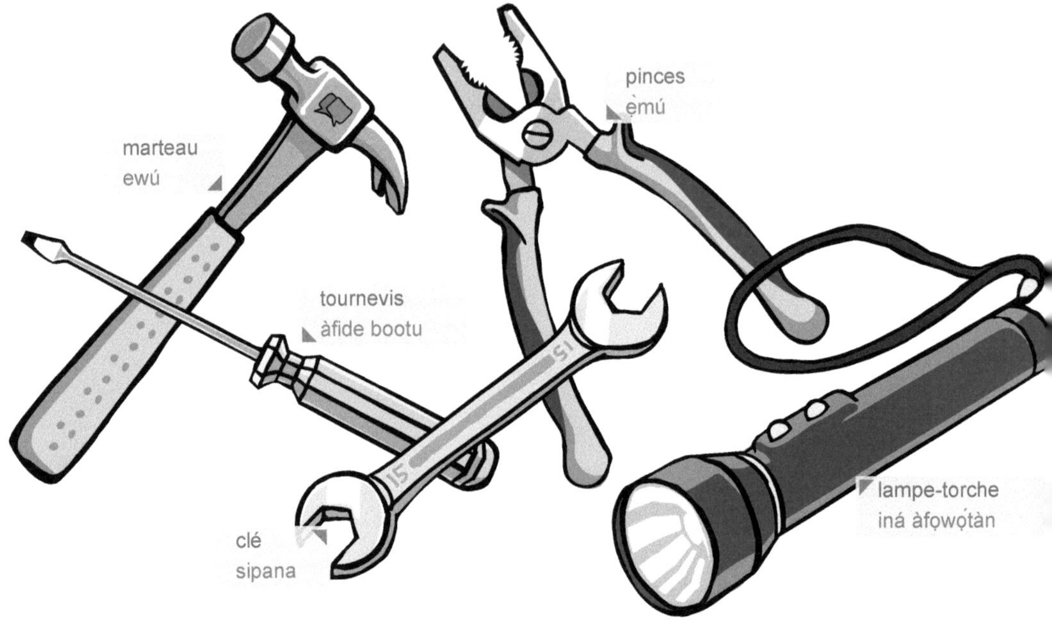

marteau
ewú

pinces
ẹ̀mú

tournevis
àfidé bootu

clé
sipana

lampe-torche
iná àfọwọ́tàn

excavatrice

jiga

boîte à outils

àpótí irinṣẹ́

échelle

àgàsọ̀

scie

ayùn

clous

èṣó

perceuse

ìlu

réparer
túnṣe

pelle
ṣọ́bìrì

tabarnouche
Adágún!

pelle à poussière
igbá ìdọ̀tí

pot de peinture
kòkò ọdà

vis
bootu

## instruments de musique
## àwọn irinṣẹ́ orin

haut-parleur
gbohùngbohùn

batterie
àkópọ̀ ìlù

contrebasse
baasi oníméjì

trompette
fèrè

guitare
jita

instruments de musique - àwọn irinṣẹ́ orin    57

piano

dùrù

violon

faolin

basse

baasi

timbales

timpani

tambour

àwọn ìlù

synthétiseur

kiibọdu

saxophone

sasofonu

flûte

fèrè ìpè

microphone

ẹ̀rọ gbohùngbohùn

instruments de musique - àwọn irinṣẹ́ orin

# zoo
## ibi ẹranko

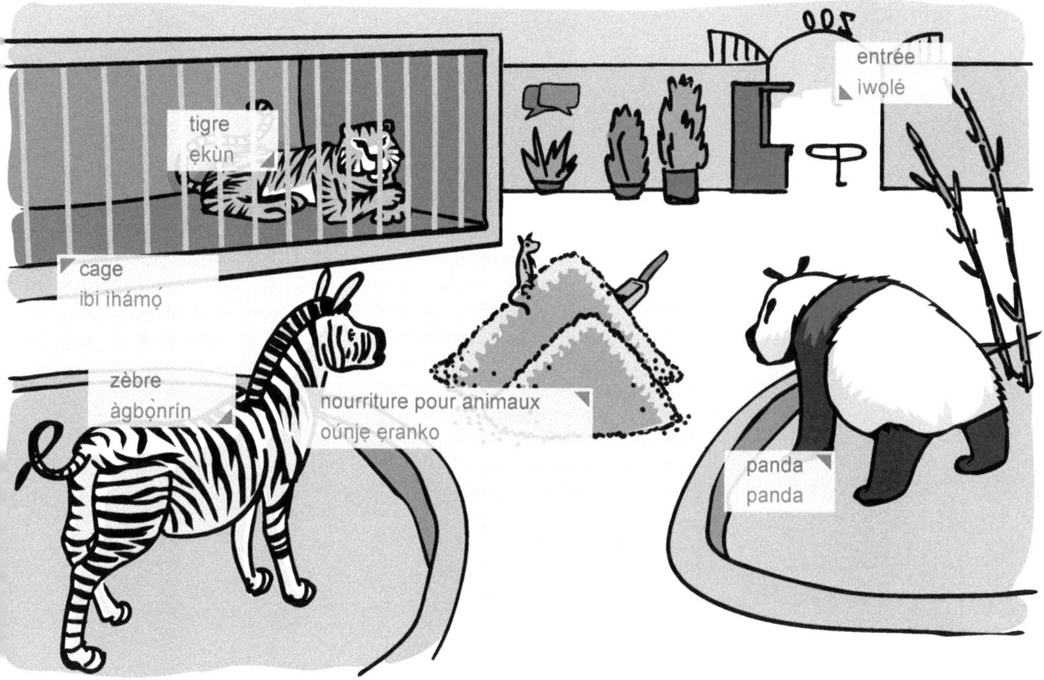

- tigre — ẹkùn
- entrée — ìwọlé
- cage — ibi ìhámọ́
- zèbre — àgbọ̀nrín
- nourriture pour animaux — oúnjẹ ẹranko
- panda — panda

animaux
àwọn ẹranko

éléphant
erin

kangourou
kangaruu

rhinocéros
raino

gorille
ọ̀bọ lagido

ours
biari

chameau
kẹtẹkẹtẹ́

autruche
ẹyẹ agùnlọrùn

lion
kìniún

singe
ọbọ

flamand rose
yọjayọja

perroquet
ayékòótọ́

ours polaire
biari omi

pingouin
pinguin

requin
ṣaki

paon
ọ̀kín

serpent
ejò

crocodile
ọ̀nì

gardien de zoo
olùtọ́jú ibi ẹranko

phoque
sili

jaguar
jagua

zoo - ibi ẹranko

poney

poni

léopard

ẹkùn

hippopotame

ẹran omi

girafe

jirafi

aigle

àṣá

sanglier

ẹlẹ́dẹ́ igbó

poisson

ẹja

tortue

ijàpá

morse

wọrọsi

renard

kọ̀lọ̀kọ̀lọ̀

gazelle

gasẹli

zoo - ibi ẹranko

# sports
## àwọn eré ìdáraya

# activités
# àwọn iṣẹ́

sauter — fò
serrer dans les bras — dìmọ́
rire — rẹ́rìín
chanter — kọrin
marcher — rìn
prier — gbàdúrà
embrasser — fẹnukò
rêver — àlá

écrire — kọwé
dessiner — yàwòrán
montrer — fihàn

pousser — tì
donner — funni
prendre — mú

activités - àwọn iṣẹ́

avoir
ní

faire
șe

être
jẹ́

être debout
dúró

courir
sáré

tirer
fà

jeter
jù

tomber
șubú

s'allonger
parọ́

attendre
dúró

porter
gbé

s'asseoir
jókòó

s'habiller
múra

dormir
sùn

se réveiller
jí

activités - àwọn ișẹ́

| | | |
|---|---|---|
|  regarder — wo |  pleurer — kígbe |  caresser — ọ̀pá |
|  peigner — ìlarun |  parler — sọ̀rọ̀ |  comprendre — lóye |
|  demander — bèrè |  écouter — tẹtí |  boire — omi |
|  manger — jẹun |  ranger — palẹmọ́ |  aimer — ìfẹ́ |
|  cuisiner — dáná |  conduire — wakọ̀ |  voler — fò |

activités - àwọn iṣẹ́

faire de la voile
igbín

calculer
ṣíró

lire
kàwé

apprendre
kọ́

travailler
ṣiṣẹ́

se marier
gbéyàwó

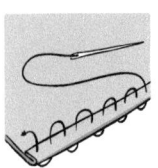
coudre
ránṣọ

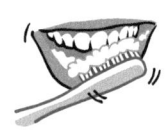
brosser les dents
fọ eyín

tuer
pa

fumer
mu sìgá

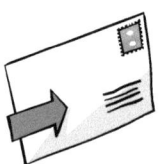
envoyer
firánṣẹ

# famille
# ẹbí

grand-mère
iyá ńlá

grand-père
bàbá ńlá

père
bàbá

mère
ìyá

bébé
ọmọdé

fille
ọmọbìnrin

fils
ọmọkùnrin

invité
àlejò

tante
àbúrò ìyá

oncle
àbúrò bàbá

frère
arákùnrin

sœur
arábìnrin

# corps
## ara

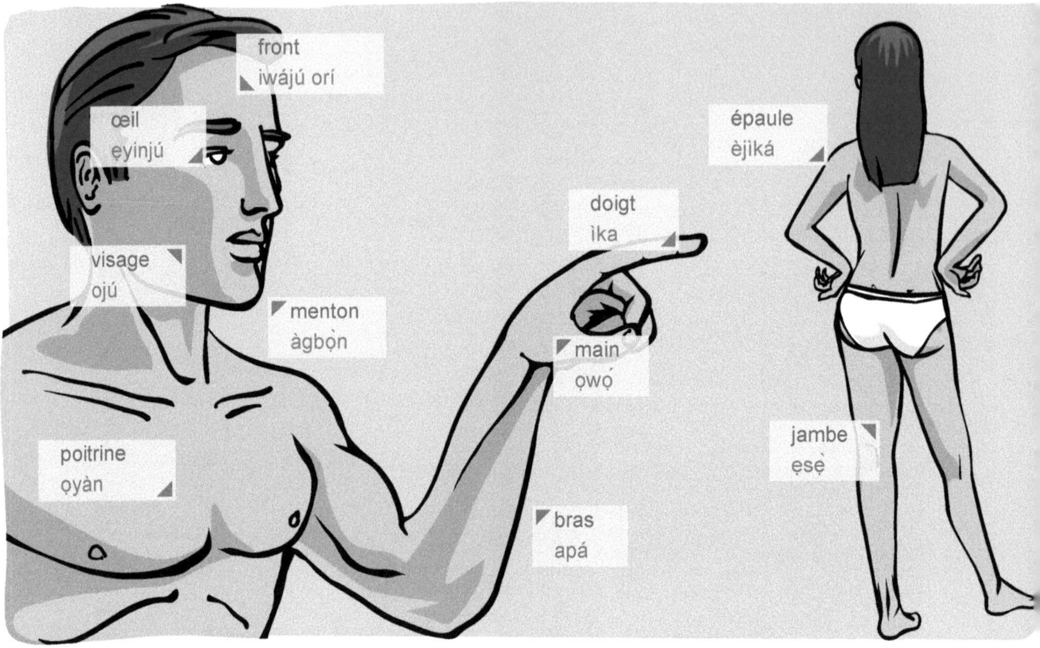

- front — iwájú orí
- œil — ẹyinjú
- visage — ojú
- menton — àgbọ̀n
- poitrine — oyàn
- épaule — èjìká
- doigt — ìka
- main — ọwọ́
- jambe — ẹsẹ̀
- bras — apá

bébé
ọmọdé

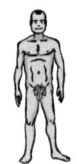

homme
ọkùnrin àgbà

femme
obìnrin àgbà

fille
obìnrin

garçon
ọkùnrin

tête
orí

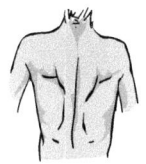

dos
ẹ̀yìn

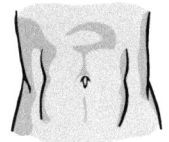

ventre
inú

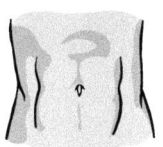

nombril
idodo

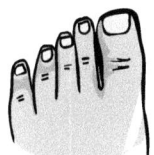

orteil
ìka ẹsẹ̀

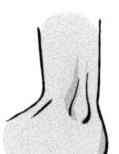

talon
ẹ̀yìn ẹsẹ̀

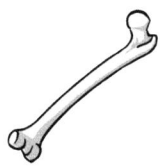

os
egungun

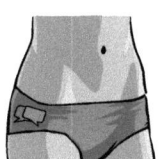

hanche
ibàdí

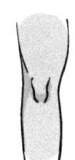

genou
orúnkún

coude
igúpá

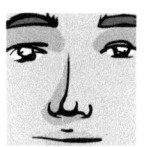

nez
imú

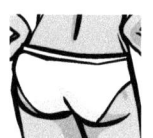

derrière
ìdí

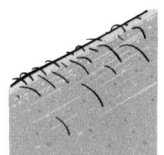

peau
awọ

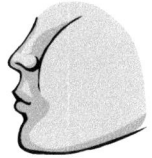

joue
ẹ̀rẹ̀kẹ́

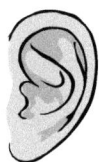

oreille
etí

lèvre
ètè

corps - ara

bouche
ẹnu

dent
eyín

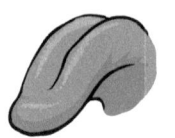
langue
ahọ́n

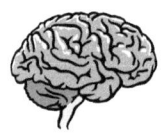
cerveau
ọpọlọ

cœur
ọkàn

muscle
iṣan

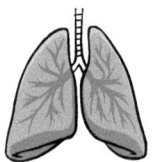
poumon
ìfun

foie
ẹ̀dọ̀

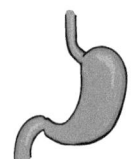
estomac
ikùn

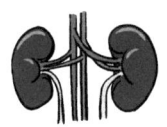
reins
kíndìrín

rapport sexuel
ìbálòpọ̀

condom
rọ́bà àbò

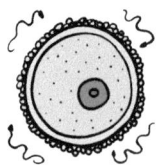
ovule
ofumu

sperme
àtọ̀

grossesse
oyún

corps - ara

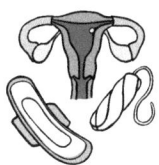
menstruation
ǹkan oṣù

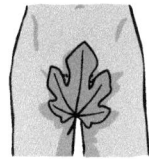
vagin
òbò

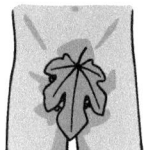
pénis
okó

sourcil
ìpénpéjú

cheveux
irun

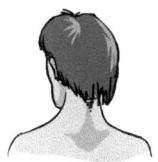
cou
ọrùn

# hôpital
# ilé ìwòsàn

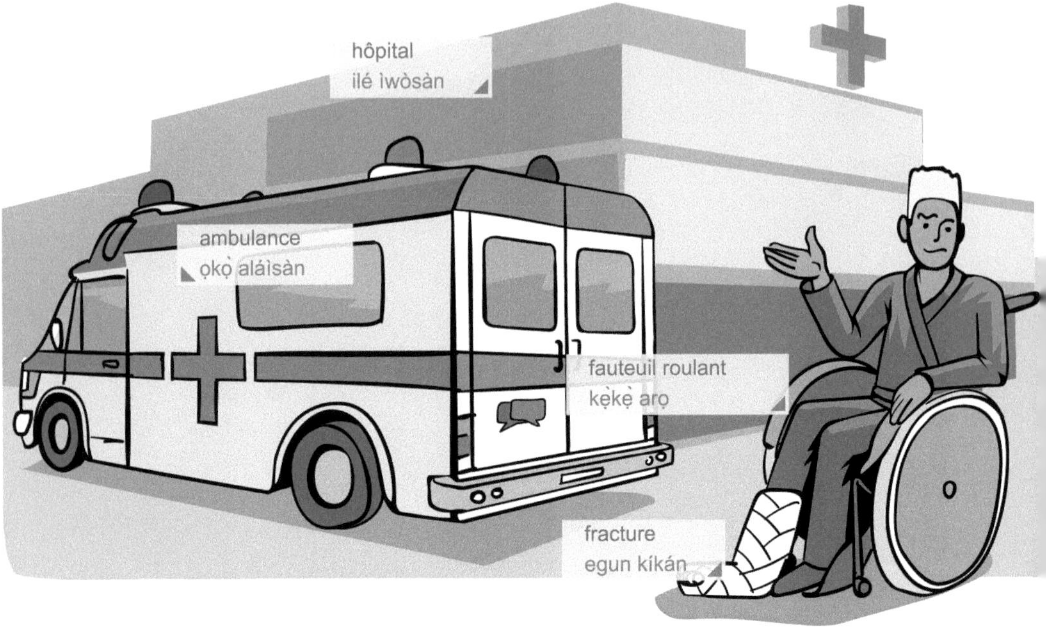

hôpital
ilé ìwòsàn

ambulance
ọkọ̀ aláìsàn

fauteuil roulant
kẹ̀kẹ́ arọ

fracture
egun kíkán

docteur

dókítà

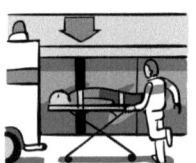

salle des urgences

yàrá pàjáwìrì

infirmier

nọ́ọ̀sì

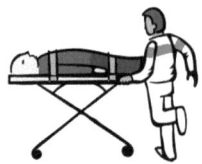

urgence

pàjáwìrì

inconscient

dákú

douleur

ìrora

blessure
egbò

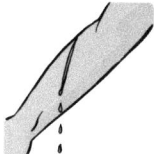
saignement
ẹ̀jẹ̀ dídà

crise cardiaque
àìsàn ọkàn

AVC
ropárosẹ̀

allergie
àlébù ògùn

toux
ikọ́

fièvre
ibà

grippe
ọ̀finkin

diarrhée
ìgbẹ́ gburu

mal de tête
ẹ̀fọ́rí

cancer
jẹjẹrẹ

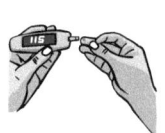
diabète
ìtọ̀ súgà

chirurgien
alábẹ

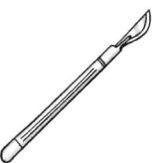
scalpel
abẹfẹ́lẹ́

opération
iṣẹ́ abẹ

hôpital - ilé ìwòsàn

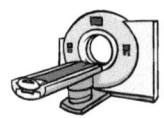

tomodensitométrie

CT

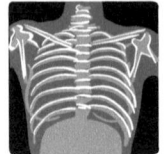

radiographie

x-ray

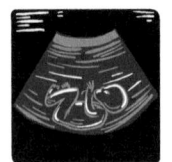

ultrason

ọtirasandi

masque

aṣọ ìbòjú

maladie

àrùn

salle d'attente

yàrá ìdúró

béquille

ọpá

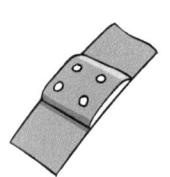

sparadrap

àlẹ̀mọ́

bandage

aṣọ àfiwé

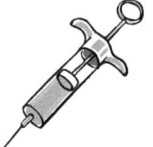

injection

abẹ́rẹ́

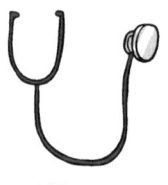

stéthoscope

àyẹ̀wò èémì

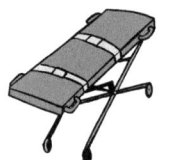

brancard

àtẹ aláìsàn

thermomètre médical

ẹ̀rọ iwọ̀n oru ilé ìwòsàn

accouchement

ìbí

excès de poids

ìsanrajù

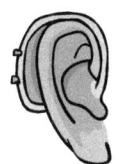
appareil auditif
ẹ̀rọ àfigbọ́rọ̀

désinfectant
apa kòkòrò

infection
àkóràn

virus
kòkòrò

VIH / Sida
Àrùn HIV / AIDS

médicament
òògùn

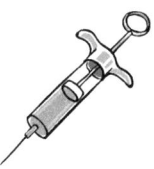
vaccination
àjẹsára

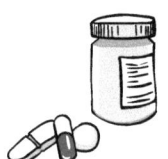
comprimés
tabulẹti

pilule
òògùn

appel d'urgence
ìpè pàjáwìrì

tensiomètre
atọpinpin ẹ̀jẹ̀ ríru

malade / en bonne santé
àìsàn / lera

hôpital - ilé ìwòsàn

# urgence
## pàjáwìrì

Au secours !
Ìrànlọ́wọ́!

alarme
ìtanijí

assaut
ìluni

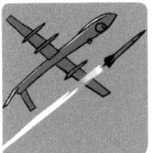
attaque
ìdójukọ

danger
ewu

sortie de secours
ìjáde pàjáwìrì

Au feu !
Iná!

extincteur
panápaná

accident
ìjàmbá

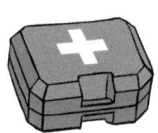
trousse de premiers soins
àpótí itọ́jú aláìsàn

SOS
SOS

police
ọlọ́pàá

# Terre
# Ayé

Europe
Yuropu

Amérique du Nord
North Amerika

Amérique du Sud
South Amerika

Afrique
Afirika

Asie
Esia

Australie
Osirelia

océan Atlantique
Atlantic

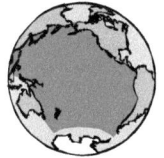

océan Pacifique
Pacific

océan Indien
Indian Ocean

océan Antarctique
Antarctic Ocean

océan Arctique
Arctic Ocean

Pôle Nord
Òpó Ìlà Òrùn

Pôle Sud
Òpó Ìwọ̀ Òrùn

Antarctique
Antarctica

Terre
Ayé

terre
ilẹ̀

mer
òkun

île
erékùsù

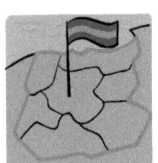

nation
orílẹ̀-èdè

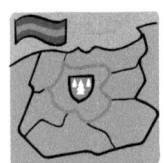

État
ìpínlẹ̀

Terre - Ayé

# heure
## aago

cadran
ojú aago

aiguille des heures
ọwọ́ wákàtí

aiguille des minutes
ọwọ́ ìṣẹ́jú

aiguille des secondes
ọwọ́ ìṣẹ́jú àáyá

Quelle heure est-il ?
Kínni aago sọ?

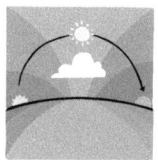
jour
ọjọ́

temps
àkókò

maintenant
báyìí

montre à affichage numérique
aago onínọ́mbà

minute
ìṣẹ́jú

heure
wákàtí

# semaine
## ọsẹ̀

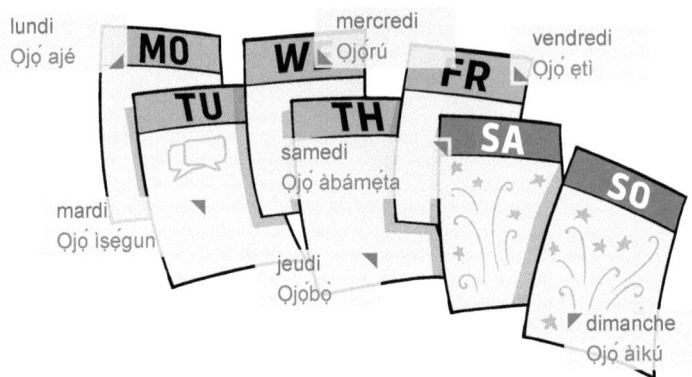

- lundi — Ojọ́ ajé
- mardi — Ojọ́ ìṣẹ́gun
- mercredi — Ojọ́rú
- jeudi — Ojọ́bọ
- vendredi — Ojọ́ ẹtì
- samedi — Ojọ́ àbámẹ́ta
- dimanche — Ojọ́ àìkú

hier
àná

aujourd'hui
òní

demain
ọla

matin
àárọ̀

midi
ọ̀sán

soir
ìrọ̀lẹ́

jours ouvrables
àwọn ojọ́ iṣẹ́

fin de semaine
ìparí ọsẹ̀

# année
# ọdún

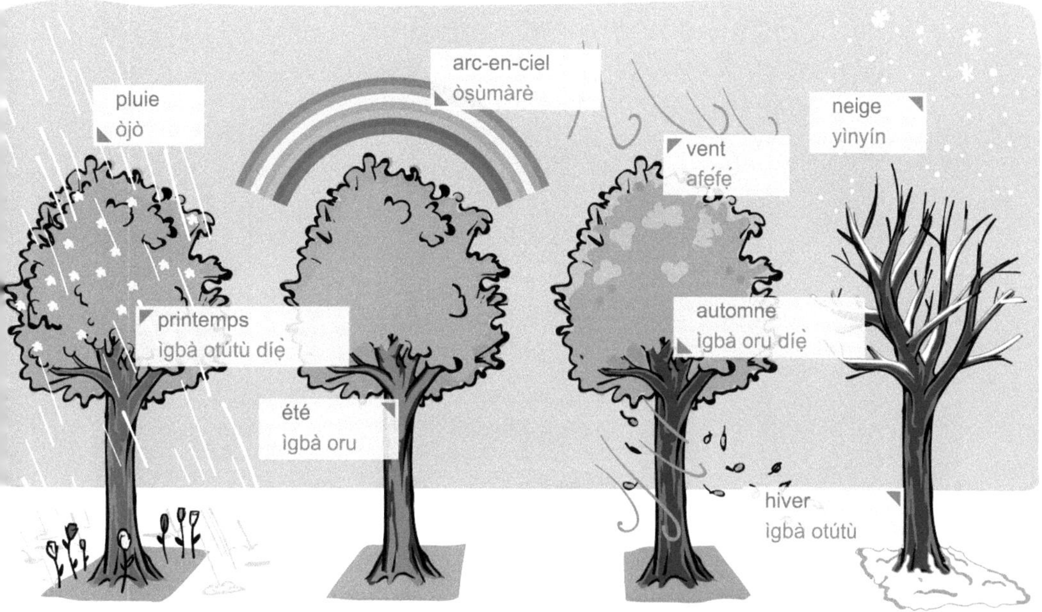

pluie
òjò

arc-en-ciel
òṣùmàrè

neige
yìnyín

vent
afẹ́fẹ́

printemps
ìgbà otútù díẹ̀

automne
ìgbà oru díẹ̀

été
ìgbà oru

hiver
ìgbà otútù

prévisions météorologiques

................

ìsọtẹ́lẹ̀ ojú-ọjọ́

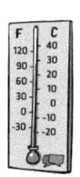

thermomètre

................

ẹ̀rọ ìwọ̀n oru

rayons du soleil

................

ìtànsán òrùn

nuage

................

òfurufú

brouillard

................

ọ̀pọ̀lọ́

humidité

................

ọgìnniti

année - ọdún

foudre
iná

tonnerre
àrá

tempête
ijì

grêle
kùrukùru

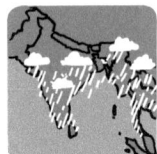
mousson
aféfé

inondation
àgbàrá

glace
omi dídì

janvier
Oṣù kìnní

février
Oṣù kejì

mars
Oṣù kẹẹta

avril
Oṣù kẹẹrin

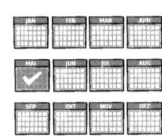
mai
Oṣù kaàrún

juin
Oṣù kẹfà

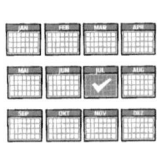
juillet
Oṣù keèje

août
Oṣù keèjọ

année - ọdún

septembre
Oṣù kẹẹ̀sán

octobre
Oṣù keẹ̀wá

novembre
Oṣù kọkànlá

décembre
Oṣù kejìlá

## formes
## àwọn ìrísí

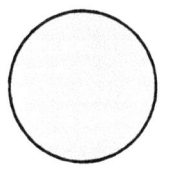
cercle
róbótó

carré
onígun mẹ́rin dọ́gba dọ́gba

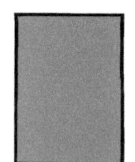
rectangle
onígun mẹ́rin

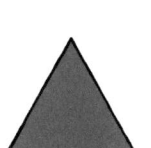
triangle
onígun mẹta

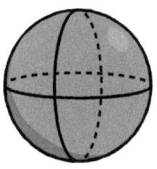
sphère
sifia

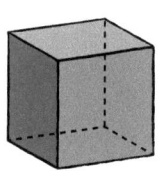
cube
kubu

formes - àwọn ìrísí

# couleurs
## àwọn àwọ̀

blanc
funfun

jaune
yẹlo

orange
olómi ọsàn

rose
pinki

rouge
pupa

violet
pọpu

bleu
bulu

vert
aláwọ̀ ewé

marron
buranu

gris
rẹsúrẹsú

noir
dúdú

# opposés
## òdì

beaucoup / un peu
ọ̀pọ̀ / níwọ̀nba

en colère / calme
bínnú / farabalẹ̀

beau / laid
rẹwà / òbùrẹwà

début / fin
bíbẹ̀rẹ̀ / òpin

grand / petit
ńlá / kékeré

lumineux / sombre
mọ́lẹ̀ / dúdú

frère / sœur
arákùnrin / arábìnrin

propre / sale
mímọ́ / dọ̀tí

complet / incomplet
parí / àìparí

jour / nuit
ọjọ́ / alẹ́

mort / vivant
kú / àyè

large / étroit
fẹ̀ / tínrín

comestible / non comestible

jíjẹ / àìlèjẹ

méchant / gentil

ibi / dára

être enthousiaste / s'ennuyer

dunnú / sísú

gros / mince

tóbi / tínrín

premier / dernier

àkọ́kọ́ / ìgbẹ̀yìn

ami / ennemi

ọ̀rẹ́ / ọ̀tá

plein / vide

kún / ṣófo

dur / mou

le / rọ̀

lourd / léger

wúwo / fúyẹ́

faim / soif

ebi / òhùngbẹ

malade / en bonne santé

àìsàn / lera

illégal / légal

tàpá sófin / bá òfin mu

intelligent / stupide

ọlọ́gbọ́n / òmùgọ̀

gauche / droite

òsì / ọ̀tún

proche / loin

tòsí / jìnnà

opposés - òdì

neuf / usagé

tuntun / àlòkù

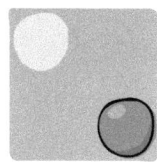

rien / quelque chose

àìsí nkan / níní nkan

vieux / jeune

arúgbó / ọ̀dọ́

marche / arrêt

tàn / kú

ouvert / fermé

ṣí / padé

calme / bruyant

dákẹ́ / pariwo

riche / pauvre

lọ́rọ̀ / tòsì

correct / incorrect

tọ̀nà / àìtọ̀nà

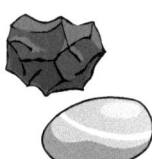

rugueux / lisse

àìdán / dán

triste / heureux

banújẹ́ / dunú

court / long

kúrú / gùn

lent / rapide

lọra / yára

mouillé / sec

tutù / gbẹ

chaud / froid

lọ́wọ́rọ́ / otútù

guerre / paix

ogun / àlàfíà

opposés - òdì

# nombres
# nọ́mbà

**0** — zéro / òdo

**1** — un / méní

**2** — deux / méjì

**3** — trois / mẹ́ta

**4** — quatre / mẹ́rin

**5** — cinq / márùún

**6** — six / mẹ́fà

**7** — sept / méje

**8** — huit / méjọ

**9** — neuf / mẹ́sàán

**10** — dix / mẹ́wàá

**11** — onze / mọ́kànlá

**12** douze — méjìlá

**13** treize — mẹ́tàlá

**14** quatorze — mẹ́rìnlà

**15** quinze — mẹdogun

**16** seize — marundinlógún

**17** dix-sept — mẹ́tàdínlógún

**18** dix-huit — méjìdínlógún

**19** dix-neuf — mọ́kàndínlógún

**20** vingt — ogún

**100** cent — ọgọ́rùún

**1.000** mille — ẹgbẹ̀rún

**1.000.000** million — milíọnu

# langues
## àwọn èdè

anglais

Gẹ̀ẹ́sì

anglais américain

Gẹ̀ẹ́sì Ilẹ̀ Amẹ́ríkà

chinois mandarin

Mandarini Ṣaina

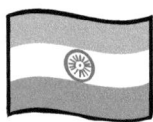

hindi

Hindi

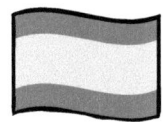

espagnol

Sipanisi

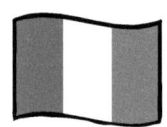

français

Faransé

arabe

Lárúbáwá

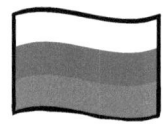

russe

Roṣia

portugais

Pọtugi

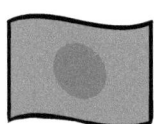

bengali

Bẹngali

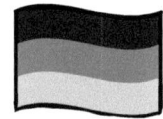

allemand

Jamani

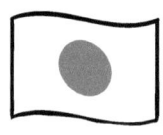

japonais

Japanisi

# qui / quoi / comment
## tani / kínni / báwo

je
Èmi

tu
ìwọ

il / elle / ce, c', cela
ọkùnrin / obìnrin / nkan

nous
àwa

vous
ìwọ

ils / elles
àwọn

qui ?
tani?

quoi ?
kínni?

comment ?
báwo?

où ?
níbo?

quand ?
nígbà wo?

nom
orúkọ

# où
# níbo

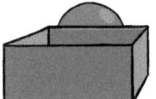 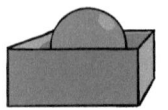 

| derrière | dans | devant |
| --- | --- | --- |
| lẹ́yìn | inú | níwájú |

| au-dessus | sur | en dessous |
| --- | --- | --- |
| lókè | lórí | lábẹ́ |

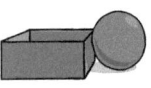 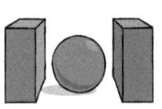 

| à côté de | entre | endroit |
| --- | --- | --- |
| lẹ́gbẹ̀ẹ́ | láàrín | ibi |